Almasi na jitu

Imefasiriwa na Elieshi Lema
Imefanyiwa warsha na wanafunzi wa
Shule za Msingi 34 Dar es Salaam

Picha zimechorwa na Fred Mouton

CAMBRIDGE UNIVERSITY PRESS

kwa ushirikiano na

E & D Limited

Watu wa kijiji cha Gama walijawa na wasiwasi. Walikuwa wamepata habari kuwa kulikuwa na Jitu lafi, kubwa na nene mno lililoishi mbugani karibu na kijiji chao. Wazee walihadithia watoto jinsi Jitu hilo linavyokula chakula kingi bila kushiba. Msichana mmoja mdogo, jina lake Almasi alikosa raha. Yeye alikuwa kilema na alijua kwamba jitu likifika kijijini hataweza kukimbia.

Mimi Jitu pandikizi
Mwenye nguvu za kutisha
Naja Gama kula nyama
Nilisheni Wanagama

Kijiji kizima kilisikia sauti kubwa ya Jitu. Watoto walilia. Mbwa walijificha. Ngo'mbe walikimbia na nguruwe walitetemeka. Watu wote waliogopa.
"Ni lile Jitu katili linakuja," babu alisema kwa woga.
Naja Gama kula nyama.
Jitu lilinguruma kama simba.

Jitu lilitisha hilo! Tumbo lake kubwa kama nyumba! Mdomo wake kama pango! Watu walikimbia haraka kufungua mazizi. Walileta ng'ombe mmoja; kondoo wawili; mbuzi wanne; nguruwe watatu na kuku watano.

NG'OMBE 1
KONDOO 2
NGURUWE 3

MBUZI 4
KUKU 5

Watu wa Gama walishangaa kuona jinsi Jitu lilivyokula kwa ulafi.

Lilitafuna ng'ombe na mifupa yake.

Lilikula kondoo na manyoya yake.

Lilitafuna nguruwe na miguu yake.

Vilevile mbuzi wote pamoja na pembe zao.

Jitu lilimeza kuku bila hata kutafuna!

Halafu liliondoka.

"Lo! Jitu la ajabu hili," watu wa Gama walisema.

"Sasa limeshiba, halirudi tena," babu alisema.

Lakini Almasi alikuwa na wasiwasi.

Alisema, "Jitu hili lafi mno. Nadhani litarudi tena."

Almasi alitabiri sawa. Yeye alilielewa Jitu. Siku mbili baadaye, Jitu lilirudi tena. Lilinenepa mara **mbili** zaidi ya mara ya kwanza. Tumbo lake kama nyumba. Mdomo wake kama pango. Meno kama msumeno. Lilikuwa refu kama miti *miwili* iliyounganishwa. Lilitisha sana. **Naja Gama kula nyama.** Lilinguruma kama simba, macho limekodoa.

Mimi Jitu pandikizi
Mwenye nguvu za kutisha
Naja Gama kula nyama
Nilisheni Wanagama

KONDOO 4

NG'OMBE 2
NGURUWE 6
MBUZI 8

KUKU 10

Watu wa Gama walihangaika. Walifungua tena mazizi yao. Wakati huu walileta ng'ombe wawili; kondoo wanne; mbuzi wanane; nguruwe sita na kuku kumi.

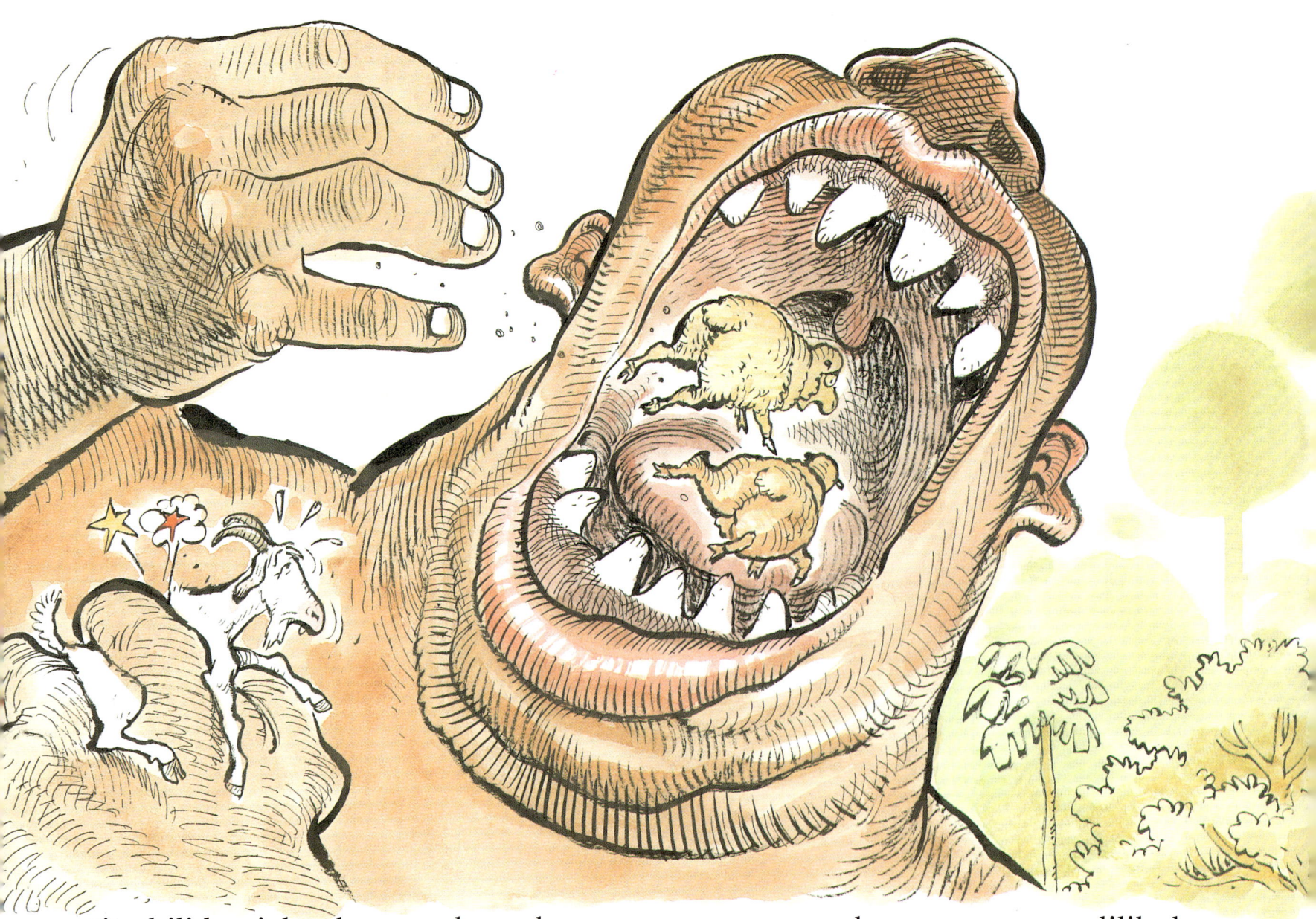

Jitu hili la ajabu, lenye mdomo kama pango na meno kama msumeno, lilikula wanyama wale wote! Lilikula ng'ombe na mifupa yake. Lilikula kondoo na manyoya yake. Vilevile mbuzi wote pamoja na pembe zao. Jitu lilimeza kuku bila hata kutafuna! Halafu liliondoka.

"Lo! Jitu lafi mno hili," Wanagama walisema.
"Afadhali limeshiba, njaa yake imekwisha," bibi alisema
Lakini Almasi alikuwa na wasiwasi. Alimtazama bibi na kusema,
"Jitu lafi halishibi. Nadhani litarudi tena."

Almasi alitabiri sawa. Yeye alielewa ulafi wa Jitu. Siku tatu baadaye, Jitu lilirudi tena. Lilinenepa mara nne zaidi ya mwanzo. Tumbo kubwa kama nyumba, mdomo wazi kama pango. Lilikuwa refu kama miti minne iliyounganishwa.
Naja Gama kula nyama. Jitu lilinguruma kama simba.

Mimi Jitu pandikizi
Mwenye nguvu za kutisha
Naja Gama kula nyama
Nilisheni Wanagama

Watu wa Gama walisikitika. Watu wote waliogopa. Ng'ombe walitoroka, nguruwe walipiga yowe, mbuzi hawakuonekana, kondoo walijificha na kuku wakahama. Wanagama walisema kwa mshangao na woga, "Njaa ya Jitu hili haitaisha."

11

12

Almasi aliwaza, " Ulafi wa Jitu hili lazima upatiwe dawa."
"Kuna nyama tamu mno, utakayopenda kula,"
Almasi alisema huku anatabasamu. "Mnyama huyo ni mnono, ni mkubwa, ni mtamu kuliko ngo'mbe, na kondoo na mbuzi na nguruwe na kuku kumi."
"Aaa, huyo mnyama namtaka," Jitu lilinguruma.
"Twende nikupeleke, umuone na kumkamata mwenyewe," Almasi aliliambia Jitu. Almasi alitangulia, Jitu likafuata nyuma. Walipita kijiji cha Gama, walipita msitu wa Gama hadi wakafika kwenye mto mrefu na mpana. Almasi alisimama ukingoni na kulionesha Jitu kwa kidole kwenye mto.
"Nyama yako ilee pale. Tazama," alisema.

13

Jitu lafi lilifurahi. Liliinama na kutazama kwenye maji. Liliona kivuli cha jitu nene na kubwa.

Njaa ikauma zaidi. "Huyohuyo mnyama namtaka," Jitu liliwaza.

Mate yalilidondoka. Tumbo likanguruma kwa njaa.
Mara likapiga mbizi ndani ya mto.
PUUU! Jitu lilitapatapa, likashindwa kupumua. Likanywa maji hadi likafa.
Almasi akarudi kuwaeleza watu wa Gama waliokuwa wanamgojea.

Watu wa kijiji cha Gama walishangilia na kufurahi kwamba Jitu lafi limekufa. Waliimba na kupiga ngoma. Watu wote walimsifu Almasi kwa busara na ushupavu wake. Waliimba: *Almasi, Almasi… Kwa busara na hekima… Kaangamiza Jitu lafi… Almasi, Almasi…*